AF407916

mela

táo

pera

lê

arancia

cam

limone

chanh

uva

nho

fragola

dâu tây

cocomero

dưa hấu

cocco

dừa

banana

chuối

lampone

mâm xôi

kiwi

kiwi

ciliegia

anh đào

mirtillo

việt quất xanh

prugna

mận

pesca

đào

fico

sung

ananas

dứa

mango

xoài

cachi

quả hồng

cavolfiore

bông cải trắng

zucchina

bí ngòi

melanzana

cà tím

carota

cà rốt

patata

khoai tây

cavolo

cải bắp

pomodoro

cà chua

spinacio

rau chân vịt

broccolo

bông cải xanh

piselli

đậu hà lan

zucca

bí ngô

zucca pepona

**bí đỏ

avocado

bơ

carciofo

atisô

fungo

nấm

ravanello

củ cải

aglio

tỏi

cipolla

hành tây

barbabietola

củ cải đường

porro

tỏi tây

peperone

ớt chuông

peperoncino

ớt

asparago

măng tây

www.ingramcontent.com/pod-product-compliance
Lightning Source LLC
Chambersburg PA
CBHW042053110726

48006CB00002B/387